நெய்தல்

இயற்பெயர் மேரி டயானா. சொந்த ஊர் சவேரியார் பாளையம், கள்ளக்குறிச்சி மாவட்டம்.

தனியார் கல்லூரியில் உதவிப் பேராசிரியர். ஞானச் செருக்கு திரைப்படத்தில் பாடலாசிரியராக பணியாற்றியிருக்கிறார். பூமி அனைத்து உயிர்களுக்குமான வாழிடம், அதில் ஏற்றத் தாழ்வுகள் இல்லை என்ற நம்பிக்கை உடையவள். இது இவரது முதல் தொகுப்பு.

எழிலிக்கு வேரின் சாயல்

நெய்தல்

டிஸ்கவரி புக் பேலஸ்
கே.கே.நகர் மேற்கு, சென்னை - 600 078.
(பாண்டிச்சேரி கெஸ்ட் ஹவுஸ் அருகில்)
Ph: 044-4855 7525 Mobile: +91 87545 07070

எழிலிக்கு வேரின் சாயல்
நெய்தல்©

Ezhilikku Verin Sayal
Neithal©

Publisher: Discovery Book Palace (P) Ltd.
1st Short Edition: December - 2019
Pages : 72
ISBN : 978-81-944173-9-2
Cover Design: Mugilan
Book Design: Discovery Team

Discovery Book Palace (P) Ltd,
6, Mahaveer Complex, Munusamy Salai,
K.K.Nagar West,Chennai-600 078.
Ph: +91 - 44-4855 7525
Mobile: +91 87545 07070

E-mail: discoverybookpalace@gmail.com,
Website: www.discoverybookpalace.com

Rs. 90

கவிதை எனும் ஈரக் காற்று

திரைப்பட வேலைகளுக்கு இடையே என்னை ஊக்குவிக்கும் சக்தியாய் இருப்பது கவிதைதான். நான் படைப்பு சக்தியோடு இருக்கிறேனா என்று என்னை நானே சோதித்துக்கொள்ளும் கருவியாக இருப்பதும் கவிதைதான்.

ஒரு இரண்டுவரிக் கவிதை தருகிற மகிழ்ச்சியை வேறெதுவும் தந்து விட முடியாது.

'வயலை விற்ற பிறகு
பறவையின் கானம்
வேறு மாதிரி கேட்கிறது'

என்ற ஒரு ஹைக்கூ கவிதை போதும் என் ஒரு நாளை அர்த்தமாக்கிக்கொள்ள.

மிகப் பெரிய வெற்றிகள், மோசமான தோல்விகள் இரண்டுக்கும் நடுவே மனதை சமநிலையில் வைத்துக் கொள்ள இந்தக் கவிதை ரசனை அவ்வளவு உதவியாயிருக்கிறது.

என்னைச் சுற்றிக் கவிஞர்கள் இருப்பதை எனக்கு கிடைத்த வரமாக நினைப்பேன். அண்ணன் அறிவுமதி ,கவிஞர் ஜெயபாஸ்கரன், என் திரைப்படங்களுக்கு வசனம் எழுதும் பிருந்தாசாரதி, வாட்ஸ் ஆப் மூலம் கவிதைகளைப் பகிர்ந்து கொள்ளும் கவிஞர் மனுஷ்யபுத்திரன், எப்போதாவது வந்துபோனாலும் எப்போதும் நினைவில் இருக்கும் கவிஞர் கலாப்ரியா ஆகியோர் என்னைச் சுற்றி இருக்கும் நெருங்கிய கவிதை நண்பர்கள்.

திரைப்படங்களுக்குப் பாடல் உருவாக்கும் தருணங்கள் எனக்கு மிகவும் பிடித்த காலகட்டம். பாடலாசிரியர்களோடு கவிதை பற்றிப் பேசியபடியே பாடல்களை உருவாக்குவோம்.

நா.முத்துக்குமாருடன் பணி புரிந்த நாட்கள் எல்லாம் என்றும் என் பசுமையான நினைவுகள்.

அதுபோல் கவிக்கோ அப்துல்ரகுமானுடன் அவரது இறுதிக் காலங்களில் பழகும் வாய்ப்புக் கிடைத்தது என் பாக்கியம். இது தான் எனக்கும் கவிதைகளுக்குமான தொடர்பு.

நண்பர் வேடியப்பன் தன் பதிப்பகத்தின் மூலம் வெளியிடும் நூலுக்கு அணிந்துரை வேண்டும் என்று ஒரு கவிஞரை அழைத்து வந்தபோது அடுத்த படத்துக்கான கதை விவாதத்தில் இருந்தேன். நெருக்கடியான வேலைகள். உடனே படித்து எழுத முடியாது என்று கூறியும் புத்தகத்தின் நகலைக் கொடுத்துவிட்டுப் போனார். அவரது அன்புக்காக இந்த முன்னுரையை எழுத ஒத்துக் கொண்டேன்.

'எழிலிக்கு வேரின் சாயல்' என்ற தலைப்பிலேயே ஏதோ இந்தக் கவிஞர் சொல்லவருகிறார் என்று தோன்றியது. படிக்கத் தொடங்கிச் சில கவிதைகளைத் தாண்டியதுமே பல வரிகள் பளிச்சிடுவதைப் பார்க்க முடிந்தது.

நான் மூன்றுவரி ஹைக்கூ கவிதைகளின் ரசிகன். இவர் நீண்ட கவிதைகளாக எழுதியிருக்கிறார். ஆகவே கொஞ்சம் ஊன்றிப் படிக்க வேண்டி இருந்தது.

'பள்ளி முடிந்து வந்து
பசியில் சட்டி பானைகளை
உருட்டுமெனக்கு அட்சய பாத்திரம்
எப்போதும் அம்மாவின் முந்தானைதான்'

என்ற வரி வந்ததும் அந்தக் கவிதையோடு மனது நெருக்கமாகிவிட்டது. என் பால்ய காலம் மனதில் திரையிட்டது.

அந்த முந்தானைக்குள் சுக்காம் பழம், மனத்தாக்களிப் பழம், குருவி முட்டை, சூரைப் பழம் என முடிச்சு முடிச்சாகப் போட்டு அம்மா வைத்திருக்கும் அதிசயங்கள் ஒரு சுரங்கம்போல் வந்துகொண்டே இருக்கிறது.

'கிராமமோ நகரமோ
அக்காலமோ இக்காலமோ
பூமியெங்கும் அம்மாக்கள்
ஒரே இனம்'

என்று கவிதை முடிந்தபோது என் அம்மாவை நினைத்துக் கொண்டேன். படிக்கும் ஒவ்வொருவரையும் அவரவர் அம்மாவை நினைக்க வைக்கும் கவிதை இது.

அதேபோல் வேறொரு கவிதையில்

'நீங்கள் எப்போதாவது
தூக்கிட்டுக் கொண்டு
வாழ்வுக்கும் சாவுக்குமிடையில்
வலியில் தொங்கியதுண்டா ?'

என்று கேட்கிறார். பிடித்ததும் தெரியக்கூடிய ட்விஸ்ட்தான். காதல் படுத்தும் வேதனையைத்தான் இப்படிச் சொல்கிறார் என்பது புரிந்தது. அவரும் அடுத்தவரியில்

'நீங்கள் எப்போதாவது
நுரைக்க நுரைக்கக் காதலித்து
அதில் தோற்றதுண்டா?'

என்று கேட்கும்போது உலகம் முழுக்கக் காதல் ஒரே மாதிரிதான் விளையாட்டுக் காட்டும் என்பது புரிந்தது.

அதே போல் வேறொரு கவிதையில் அக்காவைப் பற்றி எழுதுகிறார். தங்கையை மழையில் தூக்கிக்கொண்டு ஓடிவிளையாடி அம்மாவிடம் திட்டு வாங்குகிறாள் அக்கா. 'ஏன் புள்ளய மழையில நனைய வைச்ச? ' என்று அம்மா கேட்கையில் 'அவளுக்கு மழை பிடிக்கும் ' என்று கூறுகிறாள். அந்த அக்கா தீக்குளித்துச் சாகிறாள் இறுதியில். இதயத்தைக் கனக்கலைக்கும் கவிதை இது.

அப்பாவைப் பற்றிய கவிதை ஒன்று வருகிறது. அப்பா எப்படியெல்லாம் இவர் மனதில் பதிந்திருக்கிறார் என்று அதில் பட்டியல் போடுகிறார்.

'அன்றொரு நாள் இரவில் ஆயிரத்தில் ஒருவன்
இரண்டாவது ஆட்டம் பார்க்க அம்மாவோடு
ஆற்றைக் கடந்துபோன காதலைச் சொல்லுவார்'

என ரம்மியமான பல நினைவுகளை அடுக்கிக்கொண்டே வந்தவர் இறுதிவரியில்

'அண்மையில்
அந்திமக் கால வயோதிகரைப் போன்றிருந்த அந்தியை
அப்பாவோடு மோட்டார் சைக்கிளில் கடந்தேன்
அவருக்கு என்னிடம் சொல்வதற்கு ஒன்றுமில்லை'
என்று முடித்திருக்கிறார்.

காலமாற்றம் இடைவெளியை ஏற்படுத்திவிட்ட வலியைச் சொல்லும் இக்கவிதையும் எனக்கு பிடித்த ஒன்று.

உறவுகளை ஈர மனதோடு எழுதும் கவிதாயினி நெய்தல் மேலும் பல நூல்களை எழுதவும், வாழ்வில் வெல்லவும் வாழ்த்துகிறேன்.

சென்னை
6.11.2019

அன்புடன்
இயக்குனர் N.லிங்குசாமி

நெய்தலின் கவிதைகளில் ஆழியின் ஊழித்தாண்டவம்

"கவிதையில் எல்லாம் அனுமதிக்கப்பட்டிருக்கிறது.
சந்தேகமின்றி, இந்த நிபந்தனையுடன்
வெற்றுத்தாளில் நீ முன்னேற வேண்டும்."

- நிக்கனார் பாரா (சிலி)
லத்தின் அமெரிக்கக் கவிஞர்

கூடுவிட்டு கூடு பாயும் தந்திரவித்தையாகக் கவிதைக்கலை திகழ்கிறது. நவீன கவிதையாக, பின்நவீன கவிதைப் பிரதியாகப் பல்வேறு தத்துவக் கோட்பாட்டுத் தடங்களில் கவிதை தொடர்ந்து பயணித்து வருகிறது. ஈராயிரம் ஆண்டுகாலக் கவிதையில் எங்கும் சுணக்கங்கள் இல்லை. முட்டுச் சந்துகள் இல்லை. காலைக் கதிரோதயம் போல, அன்றாடம் கவிதை நிகழ்ந்தவண்ணமே இருக்கிறது.

ஒரு கவிதை எப்படி உருப்பெற வேண்டுமென யாரும் அறுதியிட்டுச் சொல்லவில்லை. சொல்லவும் முடியாது. நல்ல கவிதை தன்னைத் தானே உருவாக்கிக் கொள்ளும் என்பதே இதுவரையான முடிந்த முடிபாக உள்ளது. உயிர் சிருஷ்டி போலவே, கவிதை சிருஷ்டியும் விளக்கியுரைக்கவியலாத பூடகதர்மங்களைத் தன்னகத்தே கொண்டுள்ளது.

தானியக்குதிர்களில் தானியம் தீர்ந்தாலும், எறும்புக்குழிகளில் தானியங்கள் தீர்வதே இல்லை. ஏனெனில், எறும்பு உருவை விட, எறும்புகளின் தன்னம்பிக்கையுரு பெரிது. ஆம், மனிதராசியைத் தவிர, வேறெந்த ஜீவராசிக்கும் தற்கொலை தெரியாது. இதை,

'நதி நடந்த இலக்கும்
நத்தை நகர்ந்த இலக்கும் வேறு வேறு
தடம் ஒன்றுதான்
அதுவே முயற்சி'

இது போன்ற நெய்தலின் கவிதை வரிகள் நம்பிக்கை தருவதாக ஜனித்திருக்கிறது.

எருக்கம் பூவிலும் தேன்துளி மிளிர்வதைப் போல, தன் துயரச்சிடுக்களிலிருந்தும் பால்யத்தின் வேர்முண்டுகளிலிருந்தும் கவிதைக்கான கச்சாப்பொருளைக் கண்டெடுத்திருக்கிறார்.

'கூரைக்கு மேல் கோழியும்,
குளிருக்கு ஒதுங்கும் உயிர்களும்,
தூலத்தில் எலிகளும், சுவரெல்லாம் குளவியும்
சுவர்க்கத்தில் நாங்களுமாய் வாழ்ந்த,
நிலா ஒழுகும் வீடு'

இப்படியான நெய்தலின் வரிகள் வாசக உள்நெஞ்சை உலுக்குவதாகவும், மனதைப் பாரமாக்குவதாகவும் அமைந்திருக்கிறது. நெய்தல், ஒருவிதக் காட்சிப் படிமங்களை உருவாக்கிக் காட்ட முயன்றிருக்கிறார்.

'கிராமமோ நகரமோ
அக்காலமோ இக்காலமோ
பூமியெங்கும் அம்மாக்கள் ஒரே இனம்'

உலகின் எந்தத் தத்துவமும் ஏற்றுக் கொள்கிற உறவு தாய். அந்த அம்மாவுக்கு நிகரற்ற சொற்களில் நிகர் செய்துள்ளார். "ஒரு கவிதை உங்களை ஏதாவது செய்ய வேண்டும். சந்தோசப்படுத்த வேண்டும் அல்லது கலவரப்படுத்த வேண்டும். குறைந்த பட்சம் வாழ்வைப் பற்றி யோசிக்க வைக்கவாவது வேண்டும்." என்று கவிஞர் விக்ரமாதித்யன் கூறுவார். இந்தத் தன்மைகள் தன் கவிதைப் பரப்புகளில் முழுவதும் பரவிப் பெருக, கவிதாயினி நெய்தலுக்கு வாழ்த்துகள்.

தமிழச்சி தங்கபாண்டியன்

சென்னை

12/12/2019

★

என் கவிதைகளுக்கு நீங்களே ஒரு தலைப்பு வையுங்களே..

எழிலி என்றால் மேகம். வேருக்கும் மேகத்திற்கும் ஒரு உறவுண்டு. அது தாயிற்கும் மகவிற்குமான தொப்புள்கொடி பந்தம் போன்றது. எனக்கென்னவோ வேர்த்திரளின் சாயல் அது. உயிர் அருந்தி வாழும் மேகத்தின் அமைப்பை ஒத்திருப்பதுபோல் தோன்றுவதுண்டு. படைப்பும் படைப்பாளியின் சாயல்தானே.

உங்கள் கையிலிருக்கும் இந்நூல் ஏதோ ஒரு குறிப்பிட்ட தலைப்பையோ, ஒரே ஒரு மனவோட்டத்தையோ பேசாது. எப்போதெல்லாம் எனக்கு கவிதை நிகழ்ந்ததோ அப்போதெல்லாம் பதிவு செய்தது. ஆகவே வேறுபட்ட மனவோட்டங்களை இக்கவிதைகளில் நீங்கள் உணரலாம்.

எந்தக் குழந்தையும் பெயருடன் பிறப்பதில்லை. அதுபோல்தான் கவிதைகளும். அவை தலைப்புகளோடு பிறப்பதில்லை. கவிதை நிகழ்ந்த பிறகு அதற்கு வலிந்து ஒரு தலைப்பை வைக்கவேண்டுமென எனக்கு தோன்றவில்லை. எனவே தலைப்பில்லா கவிதைகளையே நீங்கள் வாசிக்க உள்ளீர்கள். கவிதையை வாசித்தப்பின் அதற்கு ஏற்ற தலைப்பு உங்களுக்கு தோன்றினால், அதை எழுத ஒவ்வொரு கவிதைக்கும்மேல் இடம் கொடுக்கப்பட்டிருக்கிறது.

நீங்கள் வைத்த தலைப்பை, உங்களுக்குப் பிடித்த கவிதையை என்னோடு பகிர்ந்துகொள்ள விருப்பினால் mary_dayana07@yahoo.com என்ற மின்னஞ்சலில் தொடர்பு கொள்ளுங்கள்.

வாசகருக்கும் படைப்பிற்குமிடையேகூட எழிலிக்கும் வேருக்குமான ஒரு சாயல் உண்டுதானே!

- நெய்தல்

12/12/2019
சென்னை

....

ஏதோ அவசரத்தின் நடுவில்
சட்டென கடந்துபோகும்
அந்த ஒற்றைபாடல்.....

அத்துமீறி உள்ளே புகுந்து
அத்தனை நினைவுகளையும்
வாரி இரைத்து கலைத்துப்போட்டு
காணாமல்போகிறது...

யாரும் கவனிக்கும் முன்
சரிந்துகிடக்கும் என்னை
சரி செய்து
அடி எடுத்து வைக்க
ஓராயிரம் கால்கள் வேண்டும்.

❖

....

இப்பெரு நகரம்
இன்னும் முழுதாய் கண் விழிக்கவில்லை
இரவு உறங்கியதா எனில் அதுவுமில்லை

இருளை அகல விரித்து
அதன் உற்சாகத்தைப் போர்த்த முடிவதில்லை
பகலை நிரம்பப் பாய்ச்சி
அதன் தெருக்களை ஒளிரச்செய்ய முடிவதில்லை

முரண்களை முகங்களாய்க் கொண்ட நகரம்
மிதந்துபோகும் மகிழுந்தை ஒருவனுக்கும்
சாலையினோரம் படுத்துறங்கும் இடத்தை
வேறொருவனுக்கும்
பகிர்ந்தளித்து நிம்மதியடைய முயல்கிறது.

குப்பையிலிருந்து கண்டெடுத்த
ஊசிய எலுமிச்சைச் சோற்றில் பசியாறி
கண்ணில் ததும்பும் நிறைவோடு
கழண்டு விழும் கால் சட்டையை
இறுக்கிப் பிடித்தபடி போகிறானே
அழுக்கேறிய ஒருவன் .....

அவனின் மகிழ்வை பார்த்துதான்
ஒளிர்வதா இருள்வதாவென
நெம்மாந்து நிற்கிறது இம்மாநகரம்

❖

....

காடு திருத்தி கற்கள் நிமிர்த்தி
தலைமேல் மஞ்சம்புற்களைப் பரப்பி
அவ்வப்போது சாணம் மெழுகி
வீடென்று பாவித்த கொட்டகை அது

பட்டுப்பூச்சி வளர்க்கவும், படுத்து உறங்கவும்
மழை கட்டுக்கடங்காத நாளில்
மாடுகளுக்கு அவசர கட்டுத்தறியாகவும்
போதுமாய் இருந்ததந்த வீடு.

பாப்பா பிறந்ததுவும்,
அப்பா பாடல் ஒலித்ததுவும்,
தப்பாது வானம் பொழிந்ததுவும்
அப்போதெல்லாம் ஒழுகல்களில் நனைந்ததுவும்
அம்மாவின் மடியில் உறங்கியதுவும்
அவ்வீட்டிலேதான் ...

கூரைக்குமேல் கோழியும்,
குளிருக்கு ஒதுங்கும் உயிர்களும்,
தூலத்தில் எலிகளும், சுவரெல்லாம் குளவியும்
சுவர்க்கத்தில் நாங்களுமாய் வாழ்ந்த,
நிலா ஒழுகும் வீடு ....

பங்காளி சண்டையில்
மண்ணாகிப்போன பின்னே
தண்ணென்ற ஓரிரவில்,
திடுக்கென வரும் கனவில்
குவிந்திருக்கும் சிதிலத்தில்
முளைத்திருந்த புங்கம்கன்று
என்னைக்கூவி அழைக்கிறது
எழுந்து ஓடுகிறேன்............
கனவில் வாழும் வீட்டிற்கு

❖

....

பரண்மீது கிடக்கும்
சிறுவயது எண்ணச் சித்திரத்தை
தூசு தட்டுகிறேன்
'ஊரின்' கடைசி தெருவும்
'சேரியின்' முதல் தெருவும்
சந்திக்கும் பாட்டி வீட்டில்
கோடை விடுமுறை கொண்டாட்டம்

இன்று வளர்ந்திருக்கும் மாடி வீடுகள்
அன்று கூரைகளாகவும், ஓடுகளாகவும்
குழந்தைப் பருவத்தில் இருந்தன

வீடுதோறும் தொலைகாட்சி
நுழைய முடியாத அந்நாளில்
பஞ்சாயத்து டிவி சிலமணி நேரம்
ஊரை பொதுவாக்கியது

திரையில் வந்த முத்தக் காட்சிக்கு
என் முகத்தை அவள் மடிமீதும்
அவள் முகத்தை என் புறம்மீதும்
புதைத்துக் கொண்டாள் ராசாத்தி
என்னவாயிருக்குமென ....
திமிறிக்கொண்டு எழுந்தபோது
மின்வெட்டில் உயிர் போயிருந்தது டிவிக்கு

அதனாலென்ன,
கண்ணாமூச்சியை கையிலெடுத்தோம்
துள்ளுக்குட்டி வீட்டின்
ஆட்டுப் பட்டியில் நானும்...
வேப்பமரத்தடி சூலத்திற்கு
பின்னால் ராசாத்தியும் ....
அந்தோணி வீட்டு தட்டிக்குப்
பின்னால் பாவாடைராயனும் ...
மேகத்திற்குப் பின்னால்
அம்புலியும் மறைந்திருக்க....

முதல் தெருவும் கடைசி தெருவும்
ஒன்றானது தெரியாமல்
எங்கோ தேடிக் கொண்டிருந்தான்
எங்கள் கூட்டாளி

மின்சாரமற்ற இரவின் சிறப்புச்சலுகையில்
எமது சிரிப்புச் சலவையில்
பௌர்ணமி ஆகியிருந்தது ஒரு பிறைமதி ......

❖

....

ரசிக்கப்படாத கோடை மாலை
தரிசிக்கப்படாத அதிகாலை

சுகிக்கப்படாத பிறை வானம்
கவனிக்கப்படாத மின்மினி வனம்

நடக்கப்படாத புல்வெளிச்சோலை
கடக்கப்படாத பூமரச் சாலை

இசைக்கப்படாத புல்லாங்குழல்
வசிக்கப்படாத மலையுச்சி மர நிழல்

இவையெல்லாம் ஒருபுறம் இருக்கட்டும்
இதோ என் காதல்.........
ஒரு துளி சுவைத்துப் பார்.

❖

....

என் பெரும் பொழுதை
தின்று செரிக்கிறதுன் முத்தம்

மீதமிருக்கும் சிறு பொழுதில்
நின்று நகர்கிறதுன் பிம்பம்

என் வேனில் நிலமெங்கும்
நனைந்து கிடக்கிறதுன் பாதம்

என் முன்பனி காலத்தில்
முகை விடும் உன் போதை

என் கார் காலத்தில்
பற்றி எரிகிறதுன் நினைவு

என் கூதிர்காலத்தில்
அடர்ந்து முளைக்கும் உன் கனவு

என் மொத்த "பருவ"காலமும் நீ

❖

....

அலுவலகத்தின் பிறந்தநாள் நிகழ்ச்சி
கூட்டத்திலிருந்து ஒதுங்கிபோய்
தனக்காக கொடுக்கப்பட்ட அணிச்சல் துண்டை
பத்திரப்படுத்துகிறாள் லட்சுமி அக்கா
கேட்டால், மகளுக்கு பிடிக்குமென்கிறாள்.....

வெள்ளிதோறும் பூசையின் முடிவில்
கொடுக்கும் சுண்டலை
நெகிழிப் பையில் முடிவாள் ஒரு பாட்டி
கேள்வியோடு பார்த்தால்,
பேரனுக்கு.... என தலை சொறிந்தபடி சிரிப்பாள்

இத்தருணங்களில் எல்லாம்
என்னை பல வருடங்களுக்குப் பின்னால்
இவர்கள் தூக்கி எறிந்து விடுகிறார்கள்

பள்ளி முடிந்து வந்து
பசியில் சட்டிப் பானைகளை
உருட்டுமெனக்கு அட்சய பாத்திரம்
எப்போதும் அம்மாவின் முந்தானைதான்

இப்போது வியக்கிறேன்
எப்படித்தான் ஒரு முந்தானையில்
அத்தனை முடுச்சுக்களை போடுவாளோ !

ஒருமுடுச்சில்
மாடு மேய்க்கப் போனபோது

கிடைத்த சுக்காம்பழமும்
பக்கத்து முடுச்சில்
மடை திருப்புகையில் பறித்த
மணத்தக்காளி பழமும்

அடுத்த முடுச்சில்
களை பறிக்கும்போது
எடுத்த குருவி முட்டையும

மற்றொரு முடுச்சில்
காட்டுக்கு விறகுக்கு போய்வந்தவர்களிடம்
கேட்டு வாங்கிய சூரைப் பழமும்

மடி முழுக்க
ராத்திரி குழம்புக்கென
தும்பை கீரையும் சேமித்துவருவாள்

கீரையை முறத்தில் கொட்டிவிட்டு — அவள்
அவிழ்க்கும் ஒவ்வொரு முடுச்சிலும்
எனக்கான அதிசயம் மறைந்திருக்கும்
பரவசத்தில் எனக்குப் பசியே மறந்திருக்கும்

கிராமமோ நகரமோ
அக்காலமோ இக்காலமோ
பூமியெங்கும் அம்மாக்கள் ஒரே இனம்

❖

....

நீங்கள் எப்போதாவது
வெளியில் தாழிட்ட கண்ணாடி
அறைக்குள் மாட்டிக்கொண்டு
கதறிக் கதறி மயங்கியதுண்டா ?

நீங்கள் எப்போதாவது
பேரலையில் நீந்த முடியாமல்
மூக்கு, வாய், தொண்டைகளில்
நீர் ஏறி உயிருக்குப் போராடியதுண்டா ?

நீங்கள் எப்போதாவது
இருண்ட காட்டுக்குள்
வழி தெரியாமல் இங்குமங்கும்
ஓடி அலைந்து ஓய்ந்து விழுந்ததுண்டா ?

நீங்கள் எப்போதாவது
தூக்கிட்டுக் கொண்டு
வாழ்வுக்கும் சாவுக்கும் இடையில்
வலியில் தொங்கியதுண்டா ?

அட அதையெல்லாம் விடுங்கள்
நீங்கள் எப்போதாவது
நுரைக்க நுரைக்கக் காதலித்து
அதில் தோற்றதுண்டா ?

❖

தினசரி கடந்துவிடும்
எண்ணிலடங்கா முகங்களைப்போல்
உன்னை என்னாலும்
என்னை உன்னாலும்
கடந்துவிட முடியவில்லை

உன்னைப் பற்றி நினைக்கையில்
எனக்கொரு புன்னகையும்
உனது ஒரு புன்னகையில்
என்னை குறித்த நினைவும்
இரண்டற இழையோடியிருக்கிறது

மீண்டும் சந்திக்க நேர்ந்தால்
நீட்டலும் மழித்தலுமற்ற உரையாடலுக்குப்பின்
நண்பர்களென அறிமுகமாகிக் கொள்வோம்

❖

அடித்தும் படித்தும்
கிறுக்கியும் கிழித்தும்
ஏற்றியும் இறக்கியும்

இட்டும் தொட்டும்
யோசித்தும் யாசித்தும்
கெஞ்சியும் கொஞ்சியும்

எப்படியோ முடித்து விட்டேன்
ஒரு அசடுவழியும் புன்னகையை ....

❖

....

ஆயுதமேந்தி கடவுள்களை வாழ்விக்கும்
கொள்கைவாதிகளே!
உங்களுக்கு எமது பிரியங்கள்

போதும் உங்களின் பராக்கிரமங்கள்
கிழிந்த சதையும் வழிந்த குருதியுமாய்
மானுடத்தை காட்சிப்படுத்தும்
அக்கிரமங்கள் போதும்....

சாகத்தான் பிறந்தோம்
அதற்கு முன்
சற்று வாழ்ந்துதான் பார்ப்போமே...

யாருமற்ற இரவில்
விண்மீன் எண்ணித் தோற்றுப் போங்கள்

மாலையில் பார்க்கத் தவறிய
பறவைக் கூட்டத்திற்காக கவலைகொள்ளுங்கள்

கூழாங்கற்களோடு ஓடி மகிழும்
சிறு ஓடைகளில் கால் நனைத்து சொர்க்கம்
எய்துங்கள்

தண்ணீரில் தத்தளிக்கும்
எறும்புக்கு உயிர் கொடுங்கள்

தாகூரையோ, பாரதியையோ,
வோர்ட்ஸ்வொர்த்தையோ
ஒருமுறையாவது சந்தியுங்கள்

துயரங்களால் செய்யப்பட்ட ஆயுதங்கள்
ஒருபோதும் இன்பத்தை அறுவடை செய்யாது

குருடாகிப்போன துப்பாக்கி கண்களுக்கு
ஆடி பொருத்தி ஒளிபெறச் செய்வோம்
அன்பு செய்ய பழகுவோம், வாருங்கள்!

❖

....

காதுக்கும் தோளுக்குமிடையில்
நீ பதித்த இதழ்களின் ரேகை
நீண்டு நீண்டு நடுப்பாதம் தீண்டும்போது
எரிமலை சாம்பலுக்கடியில்
முகிழ்ந்திட தயார் நிலையிலிருக்கும்
முகையை ஒத்ததென் உயிர்.

மழை நாட்களில் நீ என்னை
தொலைத்திருக்கும் பொழுதுகளில் ...
பிறிதொரு அடை மழைக்கு
இதமாய் நாம் பருகிக்கொண்ட
அப்படியொரு முத்தத்தை
நினைவுப் பெட்டகத்திலிருந்து வெளியில் எடு
கொஞ்சமும் கததப்பு மாறாமல்
என்னை அது ஈடுசெய்யும்.

❖

என்னை பிரிந்து போகும் நீ
தூரத்தில் உருவமாகி ....
நிழலாகி...
புள்ளியாகி....
இம்மியாகி...
மறைவதைபோல்
உன் நினைவுகள் இல்லை
அவை மேலும் மேலும்
நீண்டும்...
விரிந்தும்...
நெருங்கியும்....
பெருகியும் ....
மிக மிக அருகாமையாக்கி
காட்டுகிறது உன் முகத்தை

❖

....

தர்ஷினிபாப்பு ....
வார்த்தைகளை தின்று
பனிக்குழையத்தை ஒழுகவிடுகிறாள்

புன்னகையை மென்று....
பட்டாம் பூச்சிகளின் வண்ணத்தை
விழி வழியே வழிய விடுகிறாள்

துரித உணவுகள் உண்ணக்கூடாதென
வியாக்கியானம் பேசி .....
கடலைமிட்டாய்க்கு கருணை காட்டுகிறாள்

கண்ணாடி மீனை ஏந்தி சாலை கடக்கும்
லாவகத்தோடு தன்னை தூக்கிப்போக சொல்லி
எனக்கு தேர்வு வைக்கிறாள்

இரும்படித்து காப்பு பிடித்த கைகளில்
மலர் கொத்தாய் ஊர்ந்து
பரிட்சயம் இல்லா மென்மையில்
என்னை நெளிய வைக்கிறாள்

என்னுள் எங்கோ ஒளிந்திருக்கும்
ஒரு குழந்தையை தேடி இழுத்து வந்து
தன்னோடு விளையாட்டில் சேர்த்துக் கொள்கிறாள்
'பை' சொல்லி பிரியும் எனக்காக
காத்திருப்பதாய் கூறி
அன்பால் என் முதுகில் அறைகிறாள்

ஒவ்வொரு முறையும் என்னை திருடிவிட்டு
பதிலுக்கு கையில் ஒரு கவிதையை
மறக்காமல் கொடுத்து விடுகிறாள்

வெயில் தகிக்கும் நீண்ட நாளின் மீது
'சட்டென' ....
நிழலை பெய்து விடுகிறாள்.

இன்னும் குளிர்ந்தபடியே இருக்கிறது
என் நிலமெங்கும் .....
தர்ஷினி பாப்புவின் நிழல்

❖

....

பாட்டன் பாரதி கேட்டிட்ட
காணி நிலம் கயிற்று கட்டில்
தென்னை மரம் தென்றல் காற்று
கால் நனைக்க வாய்க்கால்
எல்லாம் உண்டு வீட்டில் .....

வசந்தத்திற்கும் வாசத்திற்குமாக
வாடைக்கும் கோடைக்குமாக
மல்லி சாமந்தி கனகாம்பரம்
செம்பருத்தி ரோஜாவால்
நிறைந்திருக்கும் தோட்டம் உண்டு

பேசும் கிளியும் துள்ளும் முயலும்
வாலாட்டி கட்டித் தழுவும் நாயும்
நிழல் விழும் தருவும்
பால் தரும் பசுவும்
நீரூரும் சுனையும்
மீன் மேயும், வயலுமுண்டு

கையில் இரு பையோடு
மாதக் கட்டண இருப்போடு
பிழைப்புக்கென வெளியேறியப்பின்
என் நிலத்தின் புகைப்படங்களை
வெளிரிப்போன வாழ்வின்மீது
இங்குமங்கும் மாட்டிவைக்கிறேன்
மெல்ல மெல்ல நீர் பூக்கிறது.

❖

....

என்னுடைய அந்த அறையைத் திறக்காதீர்கள்
அதில் இருப்பவை.....

புறக்கணிக்கப்பட்ட கண்ணீர்
புறமுதுகில் பெற்ற துரோகம்
நலிவடைந்த நம்பிக்கைகள்
வெளியேற்ற முடியாத சில முகங்கள்
கூராக்கப்படாத பலவீனங்கள்
அங்கீகரிக்கப்படாத பலங்கள்

மறக்கவே முடியாத சொப்பனங்கள்
மறைத்து வைக்கப்பட்ட பல கனவுகள்
பிடிக்காமல் அணிந்துகொள்ளும் முகமூடிகள்
வலியோர் முன் அடங்கிபோகும் தருணங்கள்
கேட்கப்படாத, கொடுக்கப்படாத மன்னிப்புகள்
நிதர்சனத்துக்கு சரிபட்டு வராத
கொள்கைகள், படிப்பினைகள்
சில பல சுய பச்சாதாபங்கள்
ஆதலால்.... வேண்டாம்,
என்னுடைய அந்த அறையைத் திறக்காதீர்கள்

அதில் இருப்பவை.....
பயங்கரமாய் உரக்க ஊளையிடும்
சகிக்க முடியாத துர்வாடை வீசும்
பெரும் குரலெடுத்து சிரிக்கும்
நீண்ட மௌனத்தால் கூச்சலிடும்
எனவே... வேண்டாம்
என்னுடைய அந்த அறையைத் திறக்காதீர்கள்

❖

பெருக்கி துடைத்து
விளக்கை அணைத்து
எண்ணம் தூங்குவதற்கு போயாயிற்று

இருட்டில் உருட்டும் பூனையாய்
இந்த திருட்டு மூளை
எதையோ உருட்டிக் கொண்டிருக்கிறது

சத்தம்கேட்டு எழுந்து விளக்கைப் போட்ட
எண்ணத்தின் பார்வைக்கு முன்னே
தட்டிவிடப்பட்டு உருண்டு கொண்டிருந்தது
ஒருநினைவு ....

❖

உன் அருகாமைகளில் இருக்கிறது
நான் தேடி அலைந்த போதிவனம்.....

மன முகடுகளில் எதிரொலிக்கும்
பட்சியின் குரல் உன்னுடையவை ....

அகவலுக்கு கனிந்து மண்ணிறங்கும் மழை
நீ யாசகமிட்ட ஒற்றைப் பார்வை ....

உன் பாதத்தடங்களின் நெரிசல்களால்
அலங்கரிக்கப்பட்டது என் மன தேசம் .....

ஆதலால் போ...
தள்ளியிரு...
பித்து நிலையிலிருக்கும் நான்
காதலால் உனை சிறைபடுத்தக்கூடும்

❖

....

இயற்கையின்
பேரெழில் பேழை..........
ஆடை புனையாத
நிர்வாணக் கவிதை..........
காடு..........

❖

....

உதறிஉதறி
மடித்துவைக்கிறேன்
களைந்து மீண்டும் கண் முன்னே விரிகிறது

வெட்டி வெட்டி அடுக்கி
விறகாக்கி கட்டுகிறேன்
இறங்கிபோய் மீண்டும் விருட்சமாகிவிடுகிறது

நீரூற்றி நீரூற்றி சம்பலாக்குகிறேன்
திக்கென்று பற்றிக் கொண்டு
மீண்டும் வான் முட்டும் பெருந்தீயாகிறது

இடித்து நொறுக்கி
தரை மட்டமாக்குகிறேன்
சேர்ந்து உயர்ந்து மீண்டும் மாளிகையாகிவிடுகிறது

அடுத்ததென்ன உத்தேசமென
என்னை பார்த்து எக்காளமிடுகிறது
உன் நினைவு ....

நானென்ன செய்துவிட முடியும்
கைவசமிருப்பது கொஞ்சம் இரவும்
முடிவுறாத சில கவிதைகளும்தான்...

❖

....

பிரிந்திருக்கும் நமக்கிடையில்
வளரும் வனத்தில்..
பசுமையான தருக்கள் இல்லை
தண்ணென்ற நிழலுமில்லை
இசைத்திடும் பட்சிகளில்லை
பெருகிடும் அருவிகள் இல்லை
சிரித்திடும் மலர்கள் இல்லை
இருண்ட அவ்வனத்தில்
நீண்ட முட்செடிகள் பல்லிளிக்கின்றன
தீயை கக்கும் கிளைகள்.....
நம்பிக்கை முகிலை துடைக்கின்றன
கனமான பாறைகள் மட்டும்
எங்கெங்கும் பரவியிருக்கிறது
தீ நிமித்தம் கூறுவதாக.....
ஓநாயின் குரலொன்று எதிரொலிக்க
நடுங்குகிறது அந்த வனம்

....

இல்லை.... இல்லை மனம்

....

உனக்கும் எனக்குமிடையில்...
ஒரு வனம் வளருகிறது....

❖

....

காற்று......அதே வார்த்தைகளைத்தான்
அந்த பெருங்காட்டில் உள்ள
சிறு புல் முதல் அடர் மரம் வரை
அனைத்திடமும் பேசியிருக்கக்கூடும்....
அதை இசையாக்கி பாட
மூங்கிலுக்கு மட்டும் தெரிந்திருக்கிறது

❖

நிலமிழந்த உழவன்
அங்காடி வாசலொன்றில்
காப்பாளனாய் நிற்கிறான்

வனமிழந்த களிறு
கடவுளின் வணிக வளாகத்தில்
சில்லறைகளுக்கு ஆசி வழங்குகிறது

பிரபஞ்சத்தின் இரு பெரும்
சோக சாயல்கள்

❖

....

வானில் என்ன தெரிகிறது !
மேகங்களா ?...
இல்லை
ஆவியான நதியின் ஆன்மா.

❖

....

பிரையோபைட்டுகள் வளர்ந்த சுவற்றின் மீது
லாவகமாக நடந்து செல்கிறது
செம்மஞ்சள் நிற பூனை
பூனையின் மென்னடிகளை ஸ்பரிசித்த படி
மௌனமாய் நிற்கிறது சுவர்
மௌனத்திற்கு தீனி போட
சுவரிடம் நினைவுகள் பல உண்டு
முன்னொரு காலத்தில்
அதனோடு கை கோர்க்க
இன்னும் மூன்று நண்பர்கள் இருந்தனர்
நால்வரும் சேர்ந்த படி
பெரும்கூரை ஒன்றை
உயர்த்தி பிடித்திருந்தனர்
அக்குடையின் கீழ் எப்போதும்
சிரிப்பொலி கேட்டது ...
அறுசுவை மணத்தது ...
அன்பு தழைத்தது...
இன்று சுவற்றின் இடுப்பில்
அரசங்கன்று ஒன்று வளர்ந்திருக்கிறதே
அவ்விடத்தில்தான் ....
அமிழ்தினி தனது புத்தக பையை மாட்டுவாள்
திருமண பத்திரிகைகளில் வந்த
பூக்களை கத்தரித்து
சோற்றை பசையாக்கி
சுவற்றில் ஒட்டி அலங்கரித்து பார்த்தாள்
மருதாணி பூசிய கைகளை

....

சுவற்றில் பதித்து
சித்திரம் வரைந்தாள்
அதிலிருந்த சிறு மாடம் ஒன்றில்
இறந்த பட்டாம் பூச்சிகளின் சிறகுகளோடு
சில சில்லறைகளையும் சேர்த்து வைத்திருந்தாள்
திடீரென ஒரு நாள் ......
அழுகையும் அலறலும் எதிரொலிக்க
ராட்சத இயந்திரம் ஒன்று
தன் கொடுங்கையால்
சுவற்றின் மூன்று சகாக்களையும் தரைமட்டமாக்கியது
என்றேனும் ஒரு நாள்
எடுத்துச் சென்ற புத்தக பையை
மீண்டும் மாட்ட வருவாளென
அமிழ்தினியை எதிர்நோக்கி
தவமிருக்கிறது சுவர் ....

சுவரை மனதில் சுமந்தபடி
நெடுந்தொலைவில் எங்கேனும்
நிலமிழந்த அமிழ்தினி
இதுபோல் ஒரு கவிதை எழுதி
கண்ணீரால் இரவை எரிக்கக்கூடும்

❖

....

குழந்தை பருவம் அழகானதில்லை
குழந்தை பருவம் அற்புதமானதில்லை
குழந்தை பருவம் பொக்கிஷமானதில்லை
அப்பருவத்தில்....
இருட்டில் திகிலிட வைத்த
காமுகன் ஒருவனின் கை நீள்கிறது

இருநூறு ரூபாய்க்கு அவளை விற்ற
உறவின் முகம் ஒன்று இருக்கிறது
அந்தரங்கத்தை தீய்த்த
சிகரெட்டு துண்டுகள் புகைகின்றன
உடலெங்கும் ஊறிய
மதுவாடை மீசைகள் மொய்க்கின்றன

அப்பருத்தில்...
எப்போது விடியும் என்றேங்கிய
இரவுகள் கசிகின்றன
எப்போது முடியும் என்று அழுத
பகல்கள் எறிகின்றன
அப்பருவத்தில்....
அவளது ஓடைகளில் ரத்தம் கசிகிறது
அவளது பூமியில் பட்டாம்பூச்சிகள்
மலிவு விலை உதட்டு சாயத்தில்
வண்ணம் பூசிக் கொள்கின்றன
அவளது வெளியெங்கும்
கவுச்சி வாடை வீசுகிறது

அவளது நினைவுகளில் தூரத்து வீட்டில்
தான் வளர்த்த செல்லப்பூனை வாழ்கிறது
அவளக்கென பெயரில்லை
அவளுக்கென முகமில்லை
அது லட்சம் கோடியாய் சிதறியிருக்கிறது
அவள் என்பது வெறும் அவள் இல்லை
விபரம் தெரியும் முன்பே
பாலியல் தொழிலுக்கு வந்தவளுக்கு
குழந்தை பருவம் அழகானதில்லை
குழந்தை பருவம் அற்புதமானதில்லை
குழந்தை பருவம் பொக்கிஷமானதில்லை

❖

....

கட்டிட வெளியில் தப்பிப்பிழைத்து,
சிறு வனமாய் கிளை விரித்திருக்கிறதே
இந்த வேப்பமரம். ....இது....
கிழிந்த நோட்டு புத்தகங்களை
ஓட்டுவதற்கு பிசினி தந்த
கட்டுதறியிலிருந்த வேம்பைபோல்
வாஞ்சையோடு சிரிக்கிறது ...
வயிற்றில் புழு வைத்துவிட்டதென
விரட்டி விரட்டி அம்மா கொடுத்த
வேப்பிலை உருண்டைகளின் வாசனை
இதன் பசுமையில் மணக்கிறது....
சேடையில் போட பரப்பியிருந்த
வேப்பங்கிளைகளில் சிக்கி தொலைந்த
என் கொலுசொலி ஆண்டுகள் கடந்து,
அசையும் இம்மர கிளைகளில் கேட்கிறது...
பறவைகளுக்கு போட்டியாய்
கிளையில் அமர்ந்தபடி உருவி சுவைத்த
கிழக்கு கொல்லி வேப்பம் பழச்சுவை
இதிலும் இனிக்குமென நினைக்கிறேன்
ஊர் எல்லைகளில் முறைத்தபடி நிற்கும்
காவல் தெய்வங்களுக்கு,
குடைபிடித்தபடி வீரமாய் நிற்கும்
வேம்புகளின் கம்பீரம் இதற்குமுண்டு
மேய்ச்சல்காளில் வெயிலுக்கு ஒதுங்குகையில்,
காதல் பரிமாறி மயங்கியிருந்த சோடி மீது
உதிர்ந்திருந்த வேப்பம்பூக்களை பார்த்து
வெட்கி ஓடினேனே.....அதே சுகந்தம்தான்
இதன் மலருக்கும்....

பள்ளிப் போகும் கள்ளிப்பாட்டையில்
தனித்திருந்த வேப்பமரத்தை காட்டி
“இதுலதான்,
மூனாவதும் பொட்டபுள்ளயா பெத்ததுக்கு
பொம்பளய கழுத்துல மிதுச்சி
இங்க வந்து தொங்க விட்டாங்க”
என்று பயமுறுத்தினாளே தோழி,
அம்மரம் இம்மரத்தைபோல் இல்லை.
அது கருப்பாக........
பிசுபிசுத்து..........
மரண வாடையை வீசியபடி பல் இளித்தது.
இறந்தவர்களை பற்றிய நினைவுகள்
விடியற்காலை கனவைப்போன்று
மெய் நிகரானவை....
நினைவடுக்குகளில்
அவர்களின் படிமங்கள்
உயிருடன் உலவுகின்றன.
ஏதோ சூழலில்.....
அவற்றை தரிசிக்க நேர்ந்துவிட்டால்,
நம் முதுகேறிக் கொண்டு
நாள் முழுக்க நம்மோடு சுற்றுகிறது. ...
நாமோ.......
அதன் பாரத்தை சுகித்தபடி திரிகிறோம்
அழுகிறோம்...சிரிக்கிறோம்....ஏங்குகிறோம்....
இறக்கி வைத்துவிட துடிக்கிறோம்
மார்பு புடைத்து விம்முகிறோம்....
அதுவோ...
நம் கைப்பற்றி ஆடி முன் நிறுத்தி
‘ஈசலின் இறகைப்போல்
உதிர்ந்துவிடும் இச்சிறு வாழ்வை காட்டி
காணாமல் மறைகிறது

❖

ஏற்பு நிலையிலிருக்கும் உன்முன்
உண்மை ஏந்திடவே விழைகிறேன்
எனினும். ....
உன் யௌவன செழிப்பின் முன்
மளமளவென வந்து சரிகின்றன
சில பொய்கள்...
என் உளறலை முறைத்துக்கொள்ளும்
உன்னிடமிருந்து மீண்டு
மீண்டும் உரமேற்றி திரும்புகிறேன்
இம்முறையாவது மனதை சொல்லிவிட வேண்டும்

❖

……………………………

கார்மேகம் கண்ட பூமியென
உன் அருகாமைகளில்
குளிர்ந்து கிடக்கிறேன்

மழையாகி நீ பொழிகையில்
நனைவதற்கு பதில்
ஏனோ ……..
எரிய தொடங்குகிறேன்

❖

ஏறும் இடத்தில் மலைத்து
இறங்கும் இடத்தில் கிறங்கி
சரிவுகளில் மயங்கி
வளைவுகளில் ஒடிந்து
தாழ்வுகளில் வீழ்ந்து
உச்சத்தில் சொர்க்கம் தாண்டி
முடிவில் பேரமைதி எய்த
இன்னுமொரு பாடலை
சேர்ந்தே கேட்போம் வா

❖

....

உன்னை கடப்பதென்பது
இரவு பகலாய் நாம் அசைபோட்ட
வார்த்தை மலைகளை கடப்பது
சேர்ந்து திரிந்த பாதைகளை கடப்பது
நாம் பரிமாறிக்கொண்ட
வாக்குறுதிகளை கடப்பது
கலந்து நனைந்த பாடல்களை கடப்பது
விழுந்து உடைந்த கண்ணீரை கடப்பது
உன்னை கடப்பதென்பது
காலைகளை குளிர்வித்த நினைவுகளை கடப்பது
இரவுகளை எரித்த காமத்தை கடப்பது
பிரபஞ்சத்தை மறந்த மயக்கத்தை கடப்பது
நம் கதை பேசும் நிலவை கடப்பது
இதழ் மாற்றிக்கொண்ட முத்தங்களை கடப்பது

உன்னை கடப்பதென்பது
உன்னை கடப்பதல்ல
இப்பிறவி பெருங்கடலை கடப்பது

❖

....

சுதந்திரம் பிடிக்கும்
சுவர்களற்ற வான்வெளியில்
சிறகுகள் வலிக்கும் மட்டும் பறந்து
நிழல் தரும் மரங்கள் அமர்ந்து
தூரதேச தடாகத்தில் தாகம் களைந்து
ஆறு கடல் மலைகளை கடந்து
என்னையே நான் தேடும்
சுதந்திரம் எனக்கு பிடிக்கும் தான்

நானோ கூண்டின் மீது மனங்கொண்டேன்
கூண்டும் காதலிப்பதாகவே நம்புகிறேன்
அதனுள் பாதுகாப்பு வேயப்பட்டிருப்பதாக
காலங்காலமாய் கற்பிக்கப்பட்டிருக்கிறேன்
சமயங்களில் கூண்டு தன் கதவுகளை
எனக்காக திறந்த போதிலும்
நானே உள்ளிருந்து தாழிட்டுக் கொண்டேன்
பனி உறங்கும் நீளப்புல்வெளியும்
வனம் நனைத்த அடர் தீவுகளும்
மணல் படர்ந்த பாலை நிலமும்
எனக்காக் காத்திருப்பதை நானறிவேன்
கூண்டை பிரிவதில்லை என்றானதால்
சுதந்திர வேட்கையுமாதலால்
இதோ
சிறகோடு கூண்டை கோர்த்துக்கொண்டு
பறக்க முயல்கிறேன்

❖

....

கண்ணீரில் உடைந்துவிடக் கூடாத
ஒரு அழுகையை
விரல்களில் வழித்து
எழுத்தில் ஒளித்து வைக்க முயல்கிறேன்...
காதில் நுழைந்த இசையில்
அடைத்துவிட முயல்கிறேன்...
தலையணையை லேசாக்கி
அணைத்துக் கொள்ள முயல்கிறேன்...
வெளியில் கலந்து காற்றோடு
ஈரமாக்கிவிட முயல்கிறேன்...
இழுத்து விடும் பெருமூச்சுகளில்
இறுக்கிவிட முயல்கிறேன்.....

முயற்சிகளின் முடிவில்,
சரி போய் தொலையென
லேசாக கசிவதோடு நிறுத்திக்கொண்டது

❖

....

இரவு அழகானது
காயங்களுக்கு மருந்திடுகிறது
காதலை மலர்த்துகிறது
இரவு எளிமையானது
பகலைப்போல பல வண்ணங்களில்
பகட்டாய் இருப்பதில்லை
ஒரே வண்ணம்
கருப்பு என்னும் சமதர்மம்
இரவு ஒரு தாயின் மடியை போல ....
அத்தனையையும் மறந்து உறங்க செய்கிறது
இரவு ஒரு தேவதையை போல
ஆசைகளையெல்லாம் தொட்டு
கனவுகளாகும்படி ஆசிர்வதிக்கிறது
அது உலக சப்தங்களுக்கு எல்லாம்
முடிவு கட்டி அவற்றின் மேல்
நிசப்தம் எனும் போர்வையை மூடுகிறது
இரவு ஒரு போதி நிலை
இவ்வேளையில் தான்,
மனக் கண்கள் விழித்து
சுயத்தை உற்றுப் பார்க்கிறது
இரவு கருவறை போன்றது
அதிலிருந்து தான் பகல் பிறக்கிறது பகல்
இரவு இரவை போன்றது
அதை ஈடு செய்ய வேறேதுமில்லை

❖

....

நினைவுகளை விழுங்கிவிட்டு
செரிக்க முடியாமல்
ஒரு மலைப்பாம்பைபோல்
உழன்று நெளியும்
இவ்விரவு நெடிது...
அதன்மீது கவிழ்ந்திருக்கும்
இப்பேரமைதி அதனினும் கொடிது....
மழைக் கூரையின் ஈரமென
என் இரவுகளின் மேல்
நீதான் சொட்டிக்கொண்டேயிருக்கிறாய்
நீயற்ற ஓரிரவில்
கனவுகளை தின்று செரிக்கும்
நரம்புகளில் நின்று நெரிக்கும்
வெறுமையின் பெரும் வெளியும்
உறக்கமற்ற வறுமையின் பெரு வலியுமாய் நான்

காற்று இம்சிக்காத அடர் காட்டுக்குள்
ஆழ்தியானம் கொண்டிருக்கும்
மரங்களைப்போல்......
என் இரவுகளை உற்றுப் பார்க்கும்
உன் மெய் நிகர் உருவம்.....
காற்றெங்கும் கைகள் முளைத்து
இதய நரம்பை மீட்டுகையில்
சில நேரம் இசையாகவும்
சில நேரம் இம்சையாகவும்
விடியும் என் இரவை
ஒரு நாள் நீயும் சந்திக்கக்கூடும்

❖

....

அசைத்துப் போகும் உன் சிறகுகளுக்கு
மேலும் கீழும் தள்ளுமுள்ளாகி
சமநிலை கெடும் காற்றின் வேகம்
என்னை குடை சாய்க்க
சில வினாடிகள் ஆகலாம்
அதனாலென்ன.....
இன்னும் ஒரு முறை கடந்து போ
வளிமண்டலம் ஈரமாகி
என் பூமியில் மழை பூக்கட்டும்

❖

....

தூவியில் குழைத்தெடுத்த வண்ணமென
சதா காலமும் நினைவுகளில் சொட்டுகிறாய்

விலகி நடக்கும்
நமது நிழல்களுக்கிடையில்
சிறு பூ ஒன்று உதிர்கிறது

ஒரு பூனைக்குட்டியின் கழுத்தை வருடுவதுபோல்
காதல் வருடக்கூடுமென நினைத்திருந்தேன்
அதுவோ ....
பள்ளத்தாக்குகளில் இறங்கித்திரியும்
தேசாந்திரியான மஞ்சு திட்டுக்களென
திசைகளற்று என்னை அலைக்கழிக்கிறது

ஓய்ந்து போய் வேண்டாமென....
இறகை உதிர்க்கும் பறவையாய்
இந்நினைவை கடந்துவிட முயல்கிறேன்

அந்நேரம் நீ எதிர் படுகிறாய் .....
அடர் பழுப்பேறி,
இலையுதிர் காலத்திற்கு தயார் நிலையிலிருக்கும்
வனமென நான்.....

❖

....

மழையின் போதெல்லாம்
துளித்துளியாய் உள்ளிறங்குவாள்
பள்ளியோடத்து அக்கா

ஒட்டுத்தூரலில் சாக்குப்பையில் நனைந்தபடி
பட்டுப்பூச்சிற்கு தழை பறிக்கையில்
மல்பரி பழங்களை எனக்கென சேகரிப்பாள்

அடை மழை இரவொன்றில்
தோல்மேல் எனை தூக்கி போய்
தாளாத வெள்ளத்தில் கரையேற்றிவிட்டாள்
“ஏன்டி மழையில ஓடியார” எனும் அம்மாவிடம்

“பாப்பாவுக்கு புடிக்குமேன்னு” என்றபடி
மடியிலிருந்து மாங்காயை எடுத்து நீட்டுவாள்

புலரிக்காக காத்திருந்த மழையிரவொன்றில்
தீக்கனவென அக்கா தீக்குளித்து விட்டாள்

காலங்கள் கடந்ததெனினும்,
ஆவியானவள் அவ்வப்போதுமழையாகி
நினைவுகளை நனைப்பாள்
கற்பழிப்பு செய்திகள் வரும்போது மட்டும்
ஏனோ பள்ளியோடத்து அக்கா
உதடுகள் பிளந்து,
நசநசக்கும் கால்களோடு
குறுக்கே நடக்கிறாள்

நானோ, மழைக்கு ஒதுங்கிய வானமென
சிறகுகள் நனையாமல் பறந்துவிடமுயலுகிறேன்

❖

....

பேனா பிடிக்கும் என் விரல்களில்
படர்ந்திருக்கும் ரேகை — வயல்களில்
களை பறித்து தேய்ந்து போன
என் அம்மாவினுடையது

கிராமத்திலிருந்து இப்பெருநகரத்திற்கு
நான் நடந்து வந்த பாதை
என் அப்பாவின் பாதத்தில்
வெடிப்புகளாய் ஆழக் கிடக்கிறது

இன்று விழாக்களில் பளபளக்க
நான் அணியும் ஆடைகளில்
அவர்கள் மேனியில் துளிர்த்த
இரத்தத்தின் நிறம் இருக்கிறது

இதற்கெல்லாம் கைமாறு என்ன
செய்திடவென நான் திகைக்க
இன்னும் என்ன தந்திடவென தேடும்
பெற்றோர்கள் அன்பின் உடையாத நீர் குமிழி

❖

....

குட்டைப்பாவாடை வயதில்
அப்பாவுடனான சைக்கிள் பயணங்களில்
அந்நதியை பற்றி கதை கதையாய் சொல்லூவார்

வெண்ணை திரளும் முன்
புரலும் தென்பெண்ணையென
மார்பு புடைக்க அதன் நீர்வளம் சொல்லுவார்

பால்யத்தின் பேய் மழையில்
ஆற்றோடு ஆடு மாடு அடித்துப்போன
பயத்தை சொல்லுவார்

கூட்டாளிகளோடு அதன் மடியில் குளித்து
கும்மாளம் அடித்த நட்பை சொல்லுவார்

அன்றொரு நாள் இரவில் ‘ஆயிரத்தில் ஒருவன் ‘
இரண்டாம் ஆட்டம் பார்க்க அம்மாவோடு
ஆற்றை கடந்துப் போன காதலைச் சொல்லுவார்

அதன் ஊற்றை நம்பி தழைத்த விவசாயத்தால்
நதியின் மீது தான் கொண்ட இணக்கம் சொல்லுவார்

அண்மையில்,
அந்திமக்கால வயோதிகரை போன்றிருந்த அந்தியை
அப்பாவோடு மோட்டார் சைக்கிளில் கடந்தேன்
அவருக்கு என்னிடம் சொல்லுவதற்கு ஒன்றுமில்லை

❖

....

இன்னும் கொஞ்சம் நீளம்
இன்னும் கொஞ்சம் அகலம்
இன்னும் கொஞ்சம் தூரம்
இன்னும் கொஞ்சம் நேரம்
இன்னும் கொஞ்சம் மேலும்
இன்னும் கொஞ்சம் கீழும்
இன்னும் கொஞ்சம் உயரம்
இன்னும் கொஞ்சம் ஆழம்
முயற்சி கொஞ்சம் கொஞ்சமாய் விரிகையில்
கூடவே வளர்கிறது வெற்றியும்

எல்லா முயற்சிகளும் வெற்றியாவதில்லை
ஏதோ ஒரு முயற்சியில்தான்
தோல்வியின் முற்றுப்புள்ளி வாழ்கிறது
வெற்றி தோல்விக்கான் குறியீடுகள் மாறுபடலாம்
முயற்சியின் மொழி ஒன்றுதான்

நதி நடந்த இலக்கும்
நத்தை நகர்ந்த இலக்கும் வேறு வேறு
தடம் ஒன்றுதான்,
அதுவே முயற்சி
மலர்தலோ காய்தலோ
வெற்றியும் தோல்வியுமானால்
வாழ்தலென்பது முயற்சியாகும்

வளர்தலோ தேய்தலோ குறியீடானால்
நிலவென்பது முயற்சியாகும்

முயற்சி மட்டுமே மெய்
இன்ன பிற யாவும் மாயை

முயற்சி என்பது பயணம்
பயணத்தை சுகிப்போம்
முயற்சி என்பது உயிர்ப்பு நிலை
வாழ்தலில் திளைப்போம்
முயற்சி என்பது இயக்கம்
தேங்குதலை தவிர்ப்போம்

❖

....

சட்டமிடப்பட்ட ஓவியம்போல்
உன் நினைவுக்குள்ளே,
வண்ணமாகவோ......
கோடுகளாகவோ.....
நான் அடைபட்டு கிடக்கிறேன்

❖

....

ஒவ்வொரு கூழாங்கல்லிலும் ஒரு நதி இருக்கிறது
நதி தன்னை ஒவ்வொரு கூழாங்கல்லிலும்
பிரதி எடுத்து வைத்திருக்கிறது

மீன் தொட்டியை அலங்கரிக்கும் கூழாங்கற்களில்
நதி கண்ணாடி கரைகளுக்குள் வாழ பழகியிருக்கிறது

பூங்கா புல் வெளிகளில் பரப்பப்பட்டிருக்கும்
கூழாங்கற்களில்
நதி புற்களுக்காக மார் சுரக்க முயன்று தோற்கிறது

கட்டிட சுவர்களில் அழகுக்காக பதிக்கப்பட்ட
கூழாங்கற்களில்
நதி மூச்சுவிட திணறியபடி ஒரே திசையை வெறிக்க
பார்க்கிறது

இன்னும் எங்கும் செல்லாமல்
ஆற்றின் தடத்தில் கிடைக்கும் கூழாங்கற்கள்
வானை பார்த்தபடி பறந்த மணல் வெளியில்
ஒரு மழைக்காக தவமிருக்கிறது
கூழாங்கல்லில் வனம் வரைந்து வண்ணம் தீட்டி
அலமாரியில் அழகுக்காக வைத்தேன்
திடுமென வேர் முளைத்து மரமாகி
பச்சையம் போர்த்தி நிற்கிறது ஓவியம்

உண்மைதான்...
ஒவ்வொரு கூழாங்கல்லிலும் ஒரு நதி இருக்கிறது
நதி தன்னை ஒவ்வொரு கூழாங்கல்லிலும்
பிரதி எடுத்து வைத்திருக்கிறது

❖

....

ஒரு நாளில் என்ன இருக்கிறது?
ஒரு நாளில்....
விடுமுறை முடிந்து விடுதி திரும்புகையில்
பருப்பு பொடியோடு அரிசியையும்
மூட்டைக் கட்டிகொண்டு வந்து
தினமும் அலாரம் வைத்து எழுந்து
பாதி தூக்கத்தோடு மாடிக்கு போய்
எடுத்து வந்த அரிசியை
அணிலுக்கும் காக்கைக்கும்
பங்கு வைக்கும் ஒரு தோழி இருக்கிறாள்

ஒரு நாளில்......
திடீரென நடு ரோட்டில்
வேலை நிறுத்தம் செய்யும்
இரு சக்கர வாகனத்தை
சரி செய்யும் முயற்சியில்
எஞ்சின் முன்பா பின்பா என
தடவிக்கொண்டிருக்கையில்
எங்கிருந்தோ தோன்றி
கேளாமலே உதவி விட்டு
நன்றியை கூட வாங்காமல் மறையும்
முகாந்திரமற்ற ஒரு அழகன் இருக்கிறான்
ஒரு நாளில்......
முதன்முறை நிகழும் சந்திப்பில்
சிலபல புத்தகங்களை வாரி வந்து
என் கைகளில் திணித்துவிட்டு
கடிகாரமற்ற அளவலாவளுக்குப் பிறகு
விரசங்களற்ற நட்பிற்கான

விதையை ஊன்றிவிட்டு போகும்
கனா காணும் கவி ஒருவன் இருக்கிறான்

ஒரு நாளில்.....
மன்னிக்க முடியாத வஞ்சகங்களையும்
இதயத்தை பதம் பார்த்த வார்த்தைகளையும்
வெறித்து பார்த்த சில வினாடிகளிலேயே
செரித்து விடச் செய்யும்
ஞான மொழி பேசும்
நிலவில்லாத வானம் இருக்கிறது

ஒரு நாளில்......
இன்னும் சொல்லப்படாத
எத்தனையோ "இருக்கிறது" இருக்கிறது
அத்தனையையும் பார்க்கும் விதத்தில்தான்
இருக்கிறது

❖

இரைச்சலுடன் வெடிக்கிறது பலூன்
இந்த சத்தம்
விடுதலைப் பெற்ற காற்றின்
வெற்றிக்கு கூச்சலா?
அடிமையை இழந்த பலூனின்
அதிகார எரிச்சலா?

❖

....

வானுயர நிமிர்ந்து பசுமை போர்த்திய
பிரம்மாண்ட மலைகள் எங்களிடம் இல்லை
அவை கற்குவியலான குன்றுகளாக இருக்கின்றன
அதனாலொன்றும் குதூகலம் குறைந்து விடவில்லை
விடுமுறைகளில் அதன் உச்சி ஏறி பூரித்தோம்
அதனடியில் கூட்டாஞ்சோறு சமைத்து
அங்கு வாழும் குரங்குகளோடு பகிர்ந்தோம்

எங்கள் மலை எங்களை போன்றே எளிமையானது
ஊர் திருவிழா, வீட்டு விசேஷமென எப்போதாவது
பௌடர் பூசும் எங்கள் பெண்களைப்போல்
அடைமழை காலத்தில் லேசாய் மஞ்சு பிடித்திருக்கும்

அருவி சுரந்து செழிப்பளிக்கும்
வல்லமை அதற்கில்லை
ஆனால் பன்றிகறிக்கு நானா தழை,
கலாப்பழம், காட்டுவள்ளி கிழங்கு, ஈசல் என
இருந்ததையெல்லாம் மடி விரித்து கொடுத்தது
ஊர் உறங்கும் இரவின் அமைதியில்
மலையின் பின்புறமிருந்து ஏதோ சத்தம் கேட்கும்
சிறுவயதில் அதை பேய்வீட்டிலிருந்து வரும்
சத்தமென

பயந்து நடுங்குகையில், அம்மா எனைத் தேற்றி
அது இயந்திரம் ஓடும் சத்தம் என்பாள்

வளர்ந்த பிறகு ஓர்முறை மலைக்கு போனேன்
அதன் பாதியை காணவில்லை, மீதியை
ராட்சத இயந்திரம் தின்று துப்பிக்கொண்டிருந்தது
துப்பியதை மற்றொன்று அள்ளிக்கொண்டு ஓடியது
ஆம்
அங்கே பேய்வீடுதான் இருக்கிறது

❖

....

வெயில் விழுங்கிய தெரு
ஒரு பாம்பைப்போல் கானலில் நெளிகிறது
அதன் வால் நுனியில்
சூம்பிய உருவொன்று மெல்ல மேலேறுகிறது
வயோதிகம் அவளை வளைத்து பிடித்திருத்திருக்கிறது
அவளும் அதன் பிடிக்கு பழகியிருக்கிறாள்
இரு கையிலும் இற்றுபோன இடுப்பிலும்
எதையோ சுமந்தபடி நடக்கும் அவள்
ஒரு கோட்டோவியம்போல் பதிகிறாள்

அவள்.....
பேத்திக்கு பிடிக்குமென
சோற்றுவடம் செய்துகொண்டு
காருவண்டி ஏறி வந்த
ஊர் பாட்டியைப்போல இருக்கிறாள்

பெற்றதெல்லாம் பயனற்றுபோக
காலன் வரும் காலத்தில்
சொந்தக்காலில் நிற்க முயலும்
சுயமரியாதைக்காரியைபோல் இருக்கிறாள்
படுக்கையிலிருக்கும் கிழவனுக்கு மருந்து வாங்க
இளசுகளோடு பக்கத்து ஊரில்
கூலிக்கு நாற்று நடப்போகும்
ரஞ்சிதம் கிழவியை போலிருக்கிறாள்

அடர்மழை மாலையில்
மஞ்சள் பூசிய முகத்தில்
ஒடுங்கிய கண்களோடு
குடைக்கு கீழே பூ விற்கும்
பழக்கமான ரயிலடி மூதாட்டியைபோல்
இருக்கிறாள்

முதுமை வெயிலென இவ்வாழ்வில் தகிக்கிறது

❖